தூக்குமரம்

பீனிக்ஸ்

வம்சி

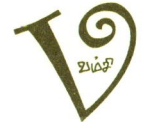

தூக்குமரம்	:	கவிதைகள்
ஆசிரியர்	:	பீனிக்ஸ்
	:	© ஆசிரியருக்கு
முதற்பதிப்பு	:	பிப்ரவரி 2016
முன் அட்டை ஓவியம்	:	சீனுவாசன் நடராஜன்
பின் அட்டை புகைப்படம்	:	பி.எஸ். வம்சி
வெளியீடு	:	வம்சி புக்ஸ்
		19, டி.எம்.சாரோன்,
		திருவண்ணாமலை - 606 601
		9445870995, 04175-235806
அச்சாக்கம்	:	மணி ஆப்செட், சென்னை - 600 077
விலை	:	₹ 90/-
ISBN	:	978-93-84598-19-8

Thookumaram	:	Poems
Author	:	Phineox
	:	© Author
First Edition	:	February - 2016
Wrapper Painting	:	Srinivasan Natarajan
Wrapper Photo	:	B.S. Vamsi
Published by	:	Vamsi books
		19.D.M.Saron,
		Tiruvannamalai - 606 601
		9445870995, 04175 - 235806
Printed by	:	Mani Offset, Chennai - 600 077
	:	₹ 90/-
ISBN	:	978-93-84598-19-8

www.vamsibooks.com - e-mail: vamsibooks@yahoo.com

பாம்புக்குத் தலையையும்
வாத்திற்குக் கழுத்தையும்
கோழிக்குக் காலையும்
மீனிற்கு ஈட்டியையும்
பிடிக்க
கற்றுக் கொடுத்துவிட்டு
மனிதர்களைப் புரிந்து கொள்ள
கற்றுக் கொடுக்க மறந்த
"வாழ்க்கைக்கு"

நன்றி

தலையில் குட்டியும் தோளில் தட்டியும்
என்னை எப்பொழுதும்
எழுத தூண்டி
அரவணைத்துச் செல்லும்
பவாவிற்கும் தோழர் ஷைலஜாவிற்கும்
நட்புடன் எனது கருப்பு கருணாவுக்கும்
வம்சிபுக்ஸ்
மற்றும்
தூக்குமரத்திற்கு முன்னுரை வழங்கிய
கவிஞர். கலாப்பிரியா அவர்களுக்கும்
இத்தொகுப்பிற்கு முகப்பு ஓவியம் வழங்கிய
ஓவியர் சீனுவாசன் நடராஜன் அவர்களுக்கும்
பின் அட்டை புகைப்படம் எடுத்த
என் ப்ரியத்திற்குறிய வம்சிக்கும்
முகநூல் நண்பர்கள், அம்ருதா
யரலவழள. இணையக்கூட நண்பர்கள்

என் தொல்லைகளை வேறு வழியில்லாமல்
பெருந்தன்மையோடு ஏற்றுக்கொள்ளும்
மனைவி மீனா
மகள்கள் அபிதா, காயத்ரிக்கும்.

மரத்தைத் தேடும் மரங்கொத்தி...

ஒரு படைப்பாளி தான் வாழும் காலத்தைப் பிரதிபலிப்பவனாகவே இருக்கிறான்.

சுதந்திரத்திற்கு முன் நமக்குச் சத்ரு யாரென்று தெரிந்திருந்தது. ஆனால் சுதந்திரம் பெற்று எழுபது ஆண்டுகள் கூடக் கடக்கவில்லை, இருந்தும் நம் சத்ருக்கள் யாரென்றே புரிந்துக்கொள்ளக்கூட முடியவில்லை. அரசியலா? சமூகமா? தலைவர்களா? பெரும் முதலாளிகளா? வாக்குச் சாவடிக்குச் செல்லத் தயங்கும் படித்த மேதைகளா? எதுவும் புரியாமலேயே முகம் தெரியாத நபர்களோடு போராடுகிறோம்.

100 கோடியைத் தாண்டும் மக்கள் மத்தியில் வெறும் 50 லட்சம் பேர் மட்டுமே அரசு வேலைகளில்...

அடித்தட்டு மக்களின் வாழ்வு நிலையும், வறண்டு வரும் இயற்கை வளமும், புற்றீசல் போல் பெருகிவரும் படித்த இளைஞர்கள் நிலையும், நிச்சயமற்ற நாளைய வாழ்வில் கேள்விக்குறியாய் மிஞ்சி நிற்கிறது.

என் கண்முன்னே ஒரு வனம் அழிந்து கொண்டு வருவதைப் பார்க்க சகிக்க முடியவில்லை. என் அடுத்த தலைமுறைகள் நிலை ஒரு கேள்விக்குறியாய் நிற்பதைப் பார்க்கும்பொழுது அடிபட்ட சிறகுகளோடு பறக்கும் பறவையாய்த் தவிக்கின்றேன்.

வாழ்கிறோம் என்பது உண்மை. ஆனால் வாழ்கிறோமா...? என்ற புதுமைப்பித்தன் வரிகளே என் நினைவுக்கு வருகிறது.

உலக அளவில் மிகப்பெரிய வரலாற்று மாற்றங்களின் நிகழ்வில் இலக்கியங்களின் பங்களிப்பு மேலோங்கியே இருந்துள்ளது. வாழும்

காலத்திலேயே தாங்கள் அழிந்து கொண்டிருப்பதைப் பொறுத்துக் கொள்ள முடியாமல் ஒரு வனத்தைத் தொலைத்த பறவைகளின் கூட்டத்திலிருந்து ஒரு பறவையின் குரலாய் இக்கவிதைகளில் என் குரல் உங்களுக்குக் கேட்கும்.

இந்தக் கவிதைத் தொகுப்பால் நாளையே சமூகமாற்றமொன்றும் நிகழ்ந்துவிடப் போவதில்லை என்றாலும், வந்து போகும் வாழ்க்கையில் என்னிடமிருப்பதை இச்சமூகத்திற்குத் தந்துவிட்டுப் போகவே இந்தத் தொகுப்பைப் பங்களிக்கின்றேன்.

கவிதைகளின் போக்கு பின்னடைவாகவே உள்ளது. அதற்குக் காரணம் கவிஞர்களா அல்லது வாசகர்களா என்ற வாதத்திற்குள் நுழைய விரும்பவில்லை. நூறு பேர் செல்லும் ஒரு கூட்டத்தில் கவிஞரே என்று ஒரு குரல் கொடுத்தால் தொண்ணூறு பேர் திரும்பிப் பார்க்கும் ஒரு நிலையே நம்முன் பேச்சு வழக்கில் உள்ளது. இது ஒரு வருத்தம்தான் எனினும் வாசகனுக்கும் இதில் ஒரு பங்கு உள்ளது.

டீக்கடை பெஞ்சில் அமருபவன் கூட ஆசுவாசமாய் உட்கார்ந்து ஒரு தேநீரைப் பருகியபடியே நாளிதழைப் படிக்கின்றான். ஒரு நாளிதழுக்கே ஆசுவாசம் தேவைப்படுகின்ற பட்சத்தில் கவிதைத் தொகுப்புகளையோ, நல்ல இலக்கியப் புத்தகங்களையோ படிக்கும் பொழுது... போகிற போக்கில் படித்து... விமர்சித்துவிட்டுப் போவதென்பது ஆரோக்கியமான தாக இருக்காதல்லவா..! ஒரு தியான மன உணர்வோடு நாம் அதனோடு பயணிக்கும் பொழுதுதான் அதன் ஆன்மாவைத் தொட முடியும். என் கவிதைத் தொகுப்பையும் நீங்கள் அப்படியே படிப்பீர்கள் என்ற நம்பிக்கையோடு...

முதல் தொகுப்பான 'TN 25/1435' ஆட்டோவிற்குள் உறங்கும் ஆத்மா, இரண்டாம் தொகுப்பான 'புராதனக் காற்றை'யும் தொடர்ந்து நம் வாழ்வியலை உள்வாங்கி எளிய மொழியில்... எளிய நடையோடு... தூக்குமரத் தொகுப்பிற்குள் உங்களை அழைத்துச் செல்கிறேன்.

நன்றி...!

பிரியமுடன்

பீனிக்ஸ்...

விரையும் தரிசனங்கள்

தோழர் ஃபீனிக்ஸ், கவிதைக்கோ கவிதை வாசகர்களுக்கோ முற்றிலும் புதியவரில்லை. ஆனாலும் புதிய கவிஞர்களுக்கான மேலதிகமான அவதானிப்புகளையும், கற்பனைகளையும் கொண்டவராயிருக்கிறார். பொதுவாகவே "in the beginner's mind there are many possibilities, but in the experts mind there are few" என்று சொல்லுவார்கள். அதற்கொப்ப இளம் கவிஞரான ஃபீனிக்ஸ் கவிதைகளில், பல புதிய திறப்புகளைக் காண முடிவது இத்தொகுப்பின் கவர்ச்சி எனலாம்.

"மயானத்தின்

அமைதியைத்தனதாக்கிக்

கொண்டிருந்தது

வெட்டியான் குரல்ஒலி"

என்று ஒரு கவிதையை ஆரம்பிக்கிறார். ஆம், மயானம் அமைதிக்குப் பேர் போனது. அந்த அமைதியைக் கலைக்கும் அதிகாரம் மயானக் காவலாளியின் கையிலேயே இருக்கிறது. அவர், "எல்லோரும் வாய்க்கரிசி போட வாங்க என்பதிலோ, 'முகத்தை மூடப் போறேன் கடைசியா யாரும் பார்க்கணும்னா பாத்துக்குங்க...' என்று குரல் கொடுப்பதிலோ தான் அந்த அமைதி கிழியும். எப்பொழுதும் மனதில் வருத்தம் பொங்கி, ஒரு எதிர்மறையான அமைதி குடி கொண்டிருக்கும் போது கண்கள் ஒரு ஏகாந்த பாவத்துடன் காட்சிகளைப் பதிவு செய்யும். அது சொந்தச் சோகமாக இருந்தாலும் சரி, சமூகம் சார்ந்த பேரிழப்பானாலும் சரி. ஆனால் பொதுவாகவே கவிமனது, சொந்தச்

சோகம் தரும் இளகிய மனதுடனேயே பிறரின் துயர்களையும் பார்க்கும். பார்த்தால்தான் அவன் கலைஞன், அவன் கவிஞன்.

மின்மினியைத் தீப்பெட்டிக்குள் அடைத்து வேடிக்கை பார்ப்பது பிள்ளைகளின் விளையாட்டு மனம். சில மனிதர்களின் மனமும் கூட. ஆனால் மின்மினிக்கு அதன் வாழ்வின் இயல்பு மினுங்குதல். நிஜத்தில் மின்மினிகள் தன் துணையை, இணைய விடுக்கும் அழைப்பாகவோ, இரையைத் தேடும் தந்திரமாகவோ தான் மினுங்குகிறது. அதன் அந்த 'இரு பசிகளை'யும் உணராமல் நாம் அதைத் தீப்பெட்டிக்குள் அடைப்பதை ஃபீனிக்ஸ் வரைந்திருக்கும் விதம் அலாதியானது,

"ஏதோ

இருளை விழுங்கி

வெளிச்சத்தைப் பிரசவித்து

சுவாரஸ்யமில்லாமல்

அடைபட்ட

தீப்பெட்டிக்குள்

மினிமினிப்பூச்சிகள்''

என்றுஒரு அழகிய கவிதை எழுதியிருக்கிறார்.

"என்னுடைய விருப்பங்கள், மின்மினிகள்

தூரத்து இருளில் கண்சிமிட்டும்

நிலைத்த வெளிச்சப்புள்ளிகள்''

என்று தாகூர் 'ஹைகுக்களின் பாதிப்பில் எழுதிய 'மின்மினிகள்' (Tagore's 'Fire flies') என்ற கவிதை ஒன்றினை நினைவுபடுத்துகிறது. ஆனால் அவர் தன்னுடைய விருப்பங்களை மின்மினியாகப் பார்க்கிறார். ஃபீனிக்ஸ் மின்மினியின் துயரை, தன் துயராக இங்கு பார்ப்பதன் மூலம் வேறுபட்டும் தனித்தும் நிற்கிறார்.

இப்படி அவர் நான்கறிவு இனங்களான பூச்சிகளுக்காக இரங்கி எழுதுகிறது போலவே ஓரறிவு உயிராகிய ஒரு மரத்தின் உணர்வுகளையும் குறித்து, அந்த ஆலமரத்தின் நல்லுறவு பேணும் நல்லுணர்வுகள் எப்படி ஒரு ஆறறிவுத் துயரால் பாதிக்கப்படுகின்றன எனும் அதன் ஆதங்கங்கள் குறித்தும் தன் கவிமனம் நோக வருந்துகிறார், நூலின் தலைப்புக் கவிதையான தூக்குமரம் என்ற கவிதையில். இக்கவிதையின் இறுதிப்பகுதி சற்றே உரைநடைத் தன்மையுடன் உள்ளது. அதைச் சீர் செய்ய அவராலேயே முடியும் என்பதற்கு இறுக்கமும் செறிவும்மிக்க கவிதைகளையும் அவர் எழுதியிருப்பதே சான்று.

"எல்லாச்

சட்டதிட்டங்களையும்

விளக்கிச் சொன்ன

வீட்டின் உரிமையாளர்

குழந்தைகள் சுவற்றில்

கிறுக்கும் கிறுக்கல்கள்

மட்டும் விதிவிலக்கென்றார்

ஒரு சொல்லில்

ஒரு உயிர்

உயிர்ப்பித்துக் கொண்டிருந்தது"

என்கிற கவிதையில் 'ஒரு உயிர்' என்று தன் குழந்தையைச் சொல்லாமல் சொல்லியிருப்பதுதான் அவரது கவிதைத் தேர்ச்சி என்பேன். ஆனால் அவரது குழந்தையும் அவரும் அடைத்துக் கிடக்கும் ரயில்வே கேட் அருகே நின்று, குழந்தை ரயில்பெட்டிகளை எண்ணுவதும், ரயில் பயணிகளுக்குக் கைகாட்டுவதுமாக நிற்க இவருடைய 'வாலாட்டும் மனசு', "கோடிட்ட இடத்தை நிரப்பிக் கொண்டிருக்கிறது'

"வறண்டநதியின்

இரு கரைகளாய்த் தண்டவாளங்கள்

தனித்து நீள

பாரத்தைச் சுமந்து கடந்ததுரயில்

சுழித்த என் நினைவுகளோ

கோடிட்ட இடத்தை நிரப்பிக் கொண்டிருந்தது

மெல்ல"

என்று முடியும் இந்தக் கவிதையில் தண்டவாளங்களை வறண்ட நதியின் கரைகளாய்ப் பார்க்கும் படிமம் சிறப்பு. கோடிட்ட இடம் எது என்பதைச் சூசகமாகச் சொல்லியிருந்தால் இன்னும் சிறந்த கவிதையாக இருக்கும். வாடகை வீட்டில் வசிப்போரின் பிரச்னைகளை, 'இடம் மாற்றம்' என்ற கவிதையிலும் கூறியிருக்கிறார்.

ஒரு கலைஞன் வாழ்க்கையிடமிருந்தே தன் படைப்பைக் கற்றுத் தேர்கிறான். ஒவ்வொரு சகமனிதனின் வாழ்வும் ஒவ்வொரு மாதிரியாக உள்ளது. அவை ஒரு கலைஞனுக்கு வெவ்வேறு சமிக்ஞைகளைத் தருகிறது. அதைக் கரிசனத்தோடு தொடர முயல்பவனுக்கு வெவ்வேறு தரிசனங்களைத் தருகிறது. தன் அயலானைக் கவனிக்கிற, அவனுக்கான அன்பில் நிபந்தனைகளைத் தளர்த்துகிற யாருக்கும் கவிதை மொழி வசப்படும். தோழர் ஃபீனிக்ஸ் தன் வாழ்வு நிமித்தம் தினமும் ஆயிரக்கணக்கான மனிதர்களுடன், பல்வேறு குணாதிசயங்களுடன் உறவு கொள்கிறவர். அதனால் அவரின் கவிதை மொழியும் பல்வேறு தளங்களில் இயங்கி ஒரு சிறந்த வாசிப்பனுபவத்தை வழங்குகிறது.

சாலை

எப்பொழுதுதான்

எனக்கொரு

பூ தருவாளோ

முற்றத்து ரோஜாச்செடியை

ஏக்கத்தோடு

பார்த்துவிட்டு வீட்டிலிருந்து
வெளியேறும் பொழுதும்

"சைடு ஸ்டாண்டு" நகர்த்தாமலே
பயணிக்கும் பயணியிடம்
சொல்ல நினைத்து
சொல்லமுடியாமல் போனதும்

வெளியே
சக்கரத்தைத் தொடுமளவு
துப்பட்டாவைப் பறக்கவிட்டு
என்னைக் கடந்துசெல்லும்
ஆட்டோக்காரரிடம்
எச்சரிக்காமல் தவறியதும்

வழக்கமான சாலைக்குழியில்
இன்றாவது
தப்பிக்கலாமென்று, ஏமாந்து
மீண்டும் சிக்கிக் கடப்பதும்

சாலையின் நடுவே
கூடிய கூட்டம் எதற்கென்று
அறிய நினைத்து
அவசரமாய் அறியாமல் செல்வதும்

என் காலை வணக்கத்தைக்
கவனிக்கத் தவறிய
நண்பனின் குழப்பத்தையும்

வேகத்தடையில் செல்லாமல்
பக்கவாட்டில் செல்ல முயன்று
தோற்றுப் போவதுமான

செத்துப்போன உணர்வுகளைச்
சுமந்துகொண்டு
கலக்கத்தோடு உறங்கச் செல்கிறேன்

விழித்ததும் தெரிந்தது
எனது இரவில்
ஒரு பகல் கடந்திருப்பது...

இந்தக் கவிதையில் தன் ஆட்டோ வாழ்வில் - தானே நகரும் வாழ்வு என்ற பொருளிலும் வாசிக்கலாம் - பெற நினைத்து, செய்ய நினைத்து, செய்து அங்கீகாரமற்றுப் போன, தோல்விகளுடன் தூங்கி எழுகிறார். பகல் வெற்றாக முடிந்திருப்பது விழித்து எழுந்ததும் பிடிபடுகிறது. நொடிதோறும் நகரும் வாழ்வில் விரையும் தரிசனங்களைக் கச்சிதமாகக் கவிதையில் கொண்டு வந்திருக்கிறார். இதுபோல நம்பிக்கை தரும் பல கவிதைகளுக்கிடையே, மிகச் சில கவிதையாகாத செய்திகளும், தவிர்க்க

வேண்டிய சிற்சில கவிதையற்றவைகளும் இல்லாமலில்லை, அவையெல்லாம் அடுத்தத் தொகுப்பில் முற்றாகக் களையப்பட்டுவிடும் என்ற திடமான நம்பிக்கையுடனும் தோழமை மிக்க வாழ்த்துகளுடனும்

என்றும் உங்கள்

இடைக்கால்

கலாப்ரியா

28.12.2015

ஆசிரியர் பற்றி...

கடந்த 30 ஆண்டுகளாய் இலக்கிய செயல்பாட்டில் உள்ளவர் 1980 முதல் 2008 வரை த.மு.எ.க.ச-வில் களப்பணியிலும் பல்வேறு பொறுப்புகளிலும் செயல்பட்டவர்.

1993ல் TN 25/1435 ஆட்டோவிற்குள் உறங்கும் ஆத்மா என்ற நீள்கவிதை தொகுப்பு கலை இலக்கிய இரவு மேடையில் வெளியிடப்பட்டது.

2000த்தில் குங்குமம் வார இதழில் ‘ஆட்டோகிராப்’ என்ற தலைப்பில் ஒரு நேர்காணல் வெளிவந்தது.

2002ல் கவிஞர் பிரம்மராஜன் முன்னுரையில் ‘புராதனகாற்று’ என்ற கவிதை தொகுப்பு வெளியானது.

2003ல் சிறந்த தொகுப்பாக தேர்ந்தெடுக்கப்பட்டு சிவகாசி பாரதி இலக்கியவட்டமும் காவ்யா புத்தக பதிப்பகமும் இணைந்து கனகசபாபதி விருது ‘புராதனக் காற்றுக்கு’ வழங்கப்பட்டது.

2005ல் சாகித்திய அகடாமி சிறந்த இளம்கவிஞரை வெளிமாநில சுற்றுலா என்ற தகுதி அடிப்படையில் பீனிக்ஸ் அவர்களை கேரளா அனுப்பிவைத்து கவுரவப்படுத்தியது.

2006ல் தமிழில் சிறந்த புதுக்கவிதைகளை தேர்ந்தெடுத்து அதை ஆங்கிலத்தில் திரு.கே.எஸ்.சுப்பரமணியன் அவர்கள் மொழிமாற்றம்

செய்து தமிழ் நியூ போயட்ரி என்ற தலைப்பில் பல்வேறு முக்கிய கவிஞர்களோடு இவருடைய கவிதையும் வெளியானது.

2012ல் ஆனந்தவிகடன் வார இதழில் திருவண்ணாமலை ஸ்பெஷல் என்ற தலைப்பில் இவரை பற்றிய நேர்காணல் வெளியானது.

மக்கள் அரங்கமேடையில் டைரக்டர் விசு அவர்களால் பாராட்டு பெற்றவர்.

பீனிக்ஸ்
Cell : 9487629366
E.Mail : phoneixkannabiran@gmail.com

கவிஞர்கள் கவிதைகளைப் புனைவதில்லை,
கவிதை எங்கோ அப்பால் உள்ளது.
அது மிக நீண்ட காலமாக அங்கிருக்கிறது,
கவிஞன் அபூர்வமாக அதைக் கண்டுபிடிக்கிறான்.

- ஜேன் ஸ்கேசெல்
(செக் கவிஞன்)

எளிமை

"மார்பிள்" பதித்த
பளிங்கு வீட்டை
அழகுபடுத்திக் கொண்டிருந்தது
வரவேற்பறையில்
செயற்கையாய்
தொங்கும்
தூக்கணாங்குருவியின் கூடு.

முதுமை

உலுத்துப்போன
மரக்கட்டையாய்
அலுத்துப்போன
கணங்களை அடுத்த நிகழ்வின்
ஆச்சரியத்திற்காக...
நகர்த்திக் கொண்டிருந்தது.
உமிழ்நீர் இழையால்
பின்னிக்கொண்டிருந்த
உடல் நொய்ந்த சிலந்தியொன்று
கதவிடுக்கில்.

இறகுதிர்ந்த பொழுதில்

இடைவெளி இல்லாமல்
நாம் நட்போடு....
பழகிய கணங்களை விட

இடைவெளியோடு.....
விலகிய தருணங்களிலேயே
நம் நட்பு...
சிலிர்த்து விரிக்கும்
தோகையில் உதிர்ந்த
இறகொன்றின்
நெகிழ்வோடு....
பரவி விரிகிறது.

மோட்ச நிலையில்

ஆஸ்ரமத்தின் தியான அறை
சப்பணமிட்ட நிலையில்
நாங்கள் தியானத்தில்

எங்கள் முன்
ரிஷியின் புகைப்படம்
''நான் யார்'' என்ற
கேள்வியோடு ஏகாந்தமாய்

அறையின் நடுவே
நிசப்தத்தின் உச்சத்தில்
நொடிகளின்
சப்தத்தோடு கடிகாரத்தின்
பெண்டுல அசைவுகள்

புகைப்படத்தில் ரிஷி
புன்னகைத்துக் கொண்டிருந்தார்

அறையிலிருந்து
மெல்ல நழுவி
வெளியேறுகிறேன்

மரக்கிளையில் காகமொன்று
கரைந்து கொண்டிருந்தது
தன் இரைக்காக....
என்னை
விழுங்கியபடி....

மாயாஜாலம்

வர்ணக்குளத்தில்
மூழ்கியெழுந்த
பறவையொன்று
தன் சிறகுகளால் வானத்தில்
வரைந்து சென்றது
வானவில்லையும்...
அந்திமழையின் ரகசியத்தையும்...

ஒப்பாரி

குடிகாரனின் சவஊர்வலம்
குடித்துவிட்டுக் கும்மாளம்....
மரணத்தைச்
சுமக்கும் மரணங்களைக் குறித்து
பிறகொரு நாளுக்காக...
காத்திருந்தது
முனகலும்
அழுகையும்
ஒப்பாரியும்.....

பசி

வெடிப்பு நிலவெளி
பாதைகளின்
பசியாற்றி நிரப்பி ஓடுகிறேன்
நதியொன்றாய்...

கரையோர செடியொன்று
பசியாற்றி முளைவிட்டு
சிரிக்கிறது வானுயர்ந்த பனையின் கீழ்

சிறகுகள் வலிக்க
அலைச்சலுற்ற
நீர்ப்பறவைகள் இளைப்பாறி
நீர்ப்பருகி தலையைச் சிலுப்பி
களைப்பகற்றும்

தீர்மானமற்ற...
என் பயண ஓட்டம்
எல்லை பிடிபடாமல் நீள...

அகோரப் பசியெடுத்த
காலப் பெருங்கடலொன்று
என்னையும் உன்னையும்
விழுங்கி ஏப்பமிடும்
எகத்தாளமாய்...

விடுபடுதல்

வரவிருக்கிறது
எனக்குரிய பஸ்நிறுத்தம்
என் தோள்மேல் சாய்ந்துகிடக்கும்
அறிமுகமற்ற...
சகபயணியின் தூக்கம் கலைவதை
எதிர்கொள்வது எப்படி...?
அவனின் நம்பிக்கையையும்
எனது பயணத்தையும்...

வானத்தின் பிடிவிலக
உதிர்ந்து வீழ்ந்தது
எரி நட்சத்திரமொன்றாய்... நம்பிக்கை

நானில்லாமல் பஸ்
கடந்து கொண்டிருந்தது
பஸ் நிறுத்தத்தை.

சாலை

எப்பொழுதுதான்
எனக்கொரு
பூ தருவாளோ..
முற்றத்து ரோஜா செடியை
ஏக்கத்தோடு...
பார்த்துவிட்டு வீட்டிலிருந்து
வெளியேறும் பொழுதும்...

"சைடு ஸ்டாண்டு" நகர்த்தாமலேயே
பயணிக்கும் பயணியிடம்
சொல்ல நினைத்து
சொல்ல முடியாமல் போனதும்....

வெளியே
சக்கரத்தைத் தொடுமளவு
துப்பட்டாவைப் பறக்கவிட்டு
என்னைக் கடந்து செல்லும்
ஆட்டோக்காரரிடம்
எச்சரிக்காமல் தவறியதும்....

வழக்கமான சாலைக்குழியில்
இன்றாவது....

தப்பிக்கலாமென்று, ஏமாந்து...
மீண்டும் சிக்கிக் கடப்பதும்...

சாலையின் நடுவே
கூடிய கூட்டம் எதற்கென்று
அறிய நினைத்து
அவசரமாய் அறியாமல் செல்வதும்...

என் காலை வணக்கத்தைக்
கவனிக்கத் தவறிய
நண்பனின் குழப்பத்தையும்...

வேகத்தடையில் செல்லாமல்
பக்கவாட்டில் செல்ல முயன்று
தோற்றுப்போவதுமாக

செத்துப்போன உணர்வுகளைச்
சுமந்துகொண்டு
கலக்கத்தோடு உறங்கச்செல்கிறேன்

விழித்ததும் தெரிந்தது
எனது இரவில்
ஒரு பகல் கடந்திருப்பது...

முதல் மழைத்துளி

விலைக்கு வாங்கிய
பேனாவை...
எழுதிப் பார்க்கச் சொன்னார்
கடைக்காரர்
எழுதிப் பார்த்தேன்
எங்கோ...
ஆழ்மனதில்
புதைந்து கிடந்த சொற்களைத்
துண்டில் போட்டு
எடுத்து வீச
சொற்கள் உன் பெயராய்
மாறி நிற்கிறது
அதிசயமாய்...

தலை எழுத்து

மரக்கிளை இலைகளிலிருந்து
கசிந்து.....
சொட்டிக் கொண்டிருந்த.....
சூரிய ஒளிக்கற்றையில்
நிறங்கள்
பிரிந்துக் கொண்டிருந்தன
சிவப்பு.....
பச்சை.....
கருப்பென
மரநிழலை
நிரப்பியவாறு.....

நண்பனுக்கு....

மன்னித்துவிடு நண்பா
நம் நட்பைப் பகிர்ந்து நாளாகிவிட்டது
உன்னை அலைபேசியில்
அழைக்கும் பொழுதெல்லாம்...
'தொடர்பு எல்லைக்கு அப்பாலென'
அலைபேசி நாக்கு
ஒலித்துக் கொண்டிருந்தது
பிறகொரு நாளில்
வழிப்போக்கில் அறிந்தேன்
உன்
இறப்புச் செய்தியின் துக்கத்தை....
ஞாபகமிருக்கிறதா நண்பா....
ஒரு இழு...இழுத்துக்
கொடுத்த சிகரெட் புகைக்குள்
நம் நட்பு வளையங்கள்
வெட்ட வெளியை நிரப்பியதையும்
பற்றாக் குறையான போர்வைக்குள்
ஒரு கற்றைக் கனவுகளை
பகிர்ந்து கொண்டதையும்...

நாம் கடந்த...
இலையுதிர்காலத்திலும் இளைப்பாறி
ரசனையோடு பயணித்ததையும்....
என்
பெருமூச்சுக்குள் மூழ்கவிட்டு
கலங்கிய என கண்களைத்
துடைத்துக்கொண்டு
மீண்டும்...
உன்னை மரணிக்கச் செய்கிறேன்
அலை பேசியிலிருந்து
உன் பெயர் நீக்கி...

சூது கவ்வும்

புறாக்களின்
கூட்டத்தை வர்ணம்
தீட்டிக் கொண்டிருந்தான்
ஓவியன்
கடைசி தீட்டலுக்காக.....
காத்திருந்தது புறாக் கூட்டம்
"ஏனோ"
பறத்தலைச் சிறைப்பிடிக்கக் காத்திருக்கும்
வேடனை மறந்து.....

எழுதாத ஒரு...

மேலிருந்து கீழாக...
வலதிலிருந்து இடதாக
இடதிலிருந்து வலதாக
எப்படித் தொடங்குவதென்று
தெரியாமலேயே...
பொழுது முடிந்திருந்தது
வழக்கம்போல்... ஓய்வற்ற நாளாய்
இந்த ஞாயிற்றுக்கிழமையும்.

இசையின் மீறல்

நிசப்தம்...
லேசான தூறல்
அடர்ந்த மரக் கிளைகளுக்கும்
இலைகளுக்கும் இடையே
தேடி...தேடிப் பார்த்தேன்
தென்படவில்லை

காற்றில் அலைந்து
திரிந்து வந்த ஒரு குயிலின்
ஓசையை...

இலைகளின் வழியே
சொட்டு...சொட்டாய்
என் செவிகளை நிரப்ப

கடைசியாய் மிச்சமிருந்த ஓசையை
என்மேல்
வாரி இரைத்து தீர்ந்து பறக்க...
ஊதக்காற்றில் அதன் உதிர்ந்த சிறகொன்று

பெண்டுலமாய் அலைந்து... அலைந்து
என்னை ஸ்பரிசித்துச் செல்கிறது

எப்பொழுதாவது
இப்படி ஒரு சந்தோஷம்
என் கைவசம் மிச்சமிருக்கும்
மீறும் இசையின் ஓசைகளாய்...

எதிர் விளைவு

நிலை தடுமாறும்
உச்சகட்டத் தருணத்தில்
சில நிமிடம் மௌனமாய்
மெய்மறந்து...
பரவச நிலை கசிய...
ஐந்துபூதத்தில் ஒன்றாய்
கடவுளென... ஒளிர்ந்தாய்...
தீயென நினைத்தேன்...
ஜோதியாய் நிற்கிறாய்..
தீபமேற்றும் பொழுதொன்றில்.

ஏதாவது செய்

வானிலை
மிரட்டிக் கொண்டே இருக்கிறது
வராத மழையால்....
கனமிழந்தப் பறவையொன்று.
அலாதியாய் பறந்து
கொண்டிருந்தது...
கருமேகங்களை நகர்த்திக் கொண்டும்
தட்பவெப்ப நிலையை
மாற்றிக் கொண்டும்....

கழிவு

எதிர்காலக்
கனவுகளின் மிச்சங்களைக்
கலைத்துவிட்டு
சுயநலங்களின்
துர்நாற்றத்தை
வீசியெறிந்தவாறு கடந்து செல்கிறது
குப்பை லாரியொன்று.

வேஷக்காரனாய் முக ஒப்பனை பூசி
பன்முகம் காட்டும்
நகரத்தின்
நகரவாசிகளின்
அசிங்கங்களையும்
ரகசியங்களையும்
அஸ்தமனத்து வசீகரமாய்
வெளிச்சமிட்டு
நாசி புடைக்க முகம் சுளித்து
அவரவர்களின் நாற்றத்தால்
அவரவர்கள் மூச்சுத்திணற

எதற்கும் சளைக்காமல்
தூர் வாரிய...
கழிவுகளைச் சுமந்து
ஈரும் பேனுமகற்றி
சீழ்வடியும் புண்மறைத்து
அலங்கார நகரமெனப்
பொய்கலந்து பறைசாற்றி
கடந்து செல்கிறது
சுத்தத்தையும் அசுத்தத்தையும்
இடம் மாற்றியபடி.
குப்பை லாரியொன்று...

காலம்

உனக்கு வயதாகிவிட்டதென்று.....
ரசம் மங்கிய....
நிலைக் கண்ணாடியை மாற்றினேன்
இப்பொழுது
புதிய நிலைக்கண்ணாடி
உனக்கு
வயதாகிவிட்டதென்று....
பிரதிபலிக்கிறது
ஒரே புள்ளியில் தொடங்கி
முடிகிறது
கேள்வியும்
பதிலும்.

வலி

வாழ்ந்து....
விற்ற வீட்டைக்
கடந்து செல்கிறேன்.
கட்டும் பொழுது.....
இருந்த வலியைவிட
கடக்கும் பொழுது....
உக்கிரமாய் கனத்து வலிக்கிறது
வீடு திரும்பாத....
புறாக்களாய்....

அடிமைச் சாசனம்

நாங்கள் ஆயுதங்களை இழந்த ஒரு நாளில்...
ரொட்டிதுண்டுக்காகப் போராடிச் சலிப்புற்ற
எங்கள் மீது...

உனது
அதிகாரக் கட்டளைகள் துஷ்பிரயோகம்
செய்யப்படுகிறது.
வெற்றுவெளி காற்றில் சுழலவிட்டு
உன் வாள் வீச்சால்...
மிரட்டிப் பணிய வைக்கின்றாய்.

பஞ்ச பூதங்களின் ஆளுமைகளை மறந்து....

சகலமும் உனதென்கிறாய்
நாங்கள் அடிமைகள் என்கிறாய்.

எங்களைப் போலவே எங்கள் கேள்விகளையும்
ஒடுக்குகிறாய்...

நீ திணிக்கும் போதை வஸ்துகளை
பழரசமென்று அருந்தி எங்கள்
மூளையைத் தூங்கச் செய்கிறாய்.

ஒதுக்கப்பட்ட வார்த்தைகளை
எங்கள்மீது ஏவிவிடுகிறாய்
-
என்ன செய்வது...
எத்தனை முறை வழித்தாலும்
நரைத்துவரும் உன்
மீசைக்கு மை போட்டல்லவா
மறைத்துக் கொள்கிறாய்.
"ஒரு சல்லி பயலைப்போல"

சூன்யம்

ஒற்றைச் செருப்பு
தொலைந்ததால்
புறக்கணிக்கப்பட்டது
இரண்டாம் செருப்பு...
தொலைந்ததும்
தொலைத்ததும்
நானாய் நிற்கிறேன்.

இடம் மாற்றம்

சகஜமாய் நகர்கிறது
நிகழ்வுகள்
எஜமானர்களாய் காலம்
கட்டளையிடுகிறது

மனிதர்களின் துரோகங்கள்
என்னைத் துரத்த...
நங்கூரத்தை அகற்றி
இடம்பெயரும் கப்பலாய்
வேறொரு வாடகை வீட்டிற்குள்
குடியேறுகிறேன்
என் பழைய வாடகை வீட்டின்
அழகுக் குறிப்புகளை மறக்கமுடியாமல்
என் ஸ்நேகத்தை அநேக...
ஆண்டுகளாய் பகிர்ந்துகொண்டவை... அவை

என் சமையலறையைச் சுற்றிச் சுற்றி வந்த
கரப்பான் பூச்சிகளையும்
புகைப்படங்களுக்குப் பின்னாலிருந்து
விழும் பல்லி முட்டைகளையும்...

அடைமழை நாட்களில்
என் வீட்டிற்குள் புகுந்த
மழைக்குட்டையில்
என் மகள்கள் சந்தோஷமாய் விட்ட
காகிதக் கப்பல்களையும்....

என்னை எப்பொழுதும் அதிகாலையில்
எழுப்பி வம்புக்கு அழைக்கும்
பக்கத்து போர்ஷன் வாடகைக்காரியையும்.....
வெளித்திண்ணையில்
சுடும் வெய்யிலை திட்டிக் கொண்டே......
இளைப்பாறிச் செல்லும்
வழிப்போக்கர்களையும்

பல ஆண்டுகள் போராடியும்
ஒரு எலியை கூடப் பிடிக்காத
ஏமாளி பூனையையும் கேலி செய்யும் எலிகளையும்
எப்படி மறக்கமுடியும்?

நினைவுகளின் கலக்கத்தோடு
புகுந்த வீட்டின் வெறுமை மிரட்ட......
பயத்தோடு கடவுளின் உள்ளங்கையைத்
தேடுகிறேன்.
நிம்மதியாகத் தூங்க

பீனிக்ஸ்

முகம்

மயானத்தின்
அமைதியைத் தனதாக்கிக்
கொண்டிருந்தது
வெட்டியான் குரல் ஒலி

"முகத்தை
கடைசியாய்ப்
பார்க்கிறவங்க....
பாத்துக்குங்க...
முகத்தை மூடப்போறேன்..."

வாழ்வு வரைந்து காட்டிய
முகத்தை,
கூலிக்காக முகம் தெரியாதொருவன் சிதைக்க...
எதையும் எதிர்பாராமல்
"எங்கோ"
ஒரு தாயின் கருவில் முகத்தை வரைந்து
கொண்டு இருந்தது
மௌனமாய்....
ஒரு பொழுது....

உயிர்ப்பில்லாமல்

அழும் குழந்தையைச்
சிரிப்பூட்டிக் கொண்டிருந்தது
"கிலுகிலுப்பை"
வேடிக்கை பார்த்துக் கொண்டிருந்தன
பொம்மைகள்
மழையில்...
நனைய மறுக்கிறது
மனசு...

சகுனம்

என்ன நிகழ்ந்ததோ
தெரியவில்லை.....
வாகன நெரிசலில்
சிக்கி வீழ்ந்து கிடந்தேன்

என்னைச் சுற்றிலும்
முகம் தெரியாத மனிதர்கள்
அவரவர் முகமுடிகளைத் தூக்கியெறிந்துவிட்டு
ஒருவர் என் முகத்தில் நீர் தெளிக்க.....
இன்னொருவர் தூக்கி மடியில் சாய்க்க.....
எனக்குரிய நியாயத்தை
யாரோ ஒருவர் யாருடனோ வாதம் செய்ய.....
மற்றுமொருவர் என் வாகனத்தை
நிமிர்த்தி சரி செய்து
நேர்த்தியாய் என்னை வழியனுப்பி

எறிந்த முகமூடிகளை அவரவர்கள்
தேடி அணிந்து தன் நிஜமுக அழகை
மறைத்து கொண்டு ஜனநெரிசலோடு கலந்து
மறைந்தனர்

தடுமாற்றம் தெளிய...
என்முகமூடியைத் தொலைத்துவிட்டும்.....
சகுனம் பார்த்து வழி அனுப்பிய
அம்மாவின் சொல்லோடும்
நகர்கிறது
நாளொன்று...

ஏதோ

இருளை விழுங்கி
வெளிச்சத்தைப் பிரசவித்து
சுவாரசியமில்லாமல்
வாழ்ந்து தீர்க்கிறது.
அடைபட்ட....
தீப்பெட்டிக்குள்
மின்மினிப் பூச்சிகள்.

ஜன்னலைத் தாண்டி

பனிப் பொழியும் அதிகாலையில்
என் வீட்டு
உச்சிக் கூரையில்
தினமும் கத்திவிட்டுச் செல்லுமொரு பச்சைகிளி
கடந்த இருநாட்களாய்க் காணவில்லை.
தேடினேன்....
பக்கத்துவீட்டு மாடியின்
வாட்டர்டேங் மேல்
கத்திவிட்டுச் செல்கிறது
யாருடைய...
கணித விளையாட்டிலோ
கழிதலாய்ப் போன
அதன் கூட்டையும் நாவல் மரத்தையும்
தொலைத்துவிட்டு...

வேட்டை

நதியின் இசையில்
மூழ்கிய மீன்களின்
இரையாய் தூண்டில்
புழுக்களிடம் ஏமாந்து
மீன்களே...
இரையாய் இடமாறும்
இன்னொரு பசிக்கு.

தூக்கு மரம்

பெருத்த நீண்ட சடை முடியோடு
ஊரின் மத்தியில்... நான்
எப்பொழுதும்... பரவசத்தோடு
பெருசுகள்... பறவைகள்... குழந்தைகள்
அடையும் என் பெருநிழல்.

இருள் சூழ பகல் கரைய
வனாந்திரத்தில்
புராதனங்களைத் தேடிக் களைத்த
வவ்வால்கள் கிளை அணைப்பில் தொங்கி ஓய்வெடுக்க...
இடம் பெயரும் நடுநிசி கழிய.

முளைகட்டிய மௌனம் அவிழ
பறவைகளின் ''கீச்சொலி'' கிளைகளில் உரச
அதன் கூடுகளைக் காக்கும் தாயுமானேன்.

என் கனிகளின் முலைப்பால்
தீர்த்த சொறிவில்
செந்நிற அலகுகள் நனைய
புத்துயிர் தருவேன் தினம் தினம்

நான் அயர்ந்த ஏதோவொரு பொழுதில்
என்னில் தொங்கியது
அவனின் பருத்த உடல்.

ஆலமரமாயிருந்த நான்
தூக்கு மரமானேன்.
குழந்தைகளின்
குதூகலக் குரலற்று சூன்யமாய்
பேயுமடையாப் பெரு மரமானேன்.

தூக்கு பற்றிய ஏதொரு
பிரக்ஞையுமறியாத
பறவைகள் மட்டுமே நிராகரிக்காமல்...
எனது சரீரத்தில் இளைப்பாறி
உச்சிவானம் தொட
நிலவு சிந்தும் ஒளிச் சிதறலில்
குளிர்காய்ந்து
வாழ்வு நீண்டு விரியும் சிறகுகளுக்குள்

சந்தோஷித்து
கொண்டிருக்கும் பறவைகளின்
"கீச்சொலிகள்" எனக்குள் பதுங்கி
சங்கீதமாய்க் கிறுகிறுக்கும்

ஆள்அரவமற்ற அந்திக் கருக்கலில்
அதன் கூடுகளை இன்னும் பத்திரமாக...
காவல் காத்து வருகிறேன்.
கிளைகள் தோறும் ஆனந்தச்
சுமைகளாய் விரியவிட்டு...

நெளியும் மண்புழுவாய் பூமியில்
ஊடுருவிக் கொண்டிருந்தது
துளிர் விழுதொன்றின் நுனி நாக்கு

போராளி

அலை தொடும்
கரைக்கென்ன தெரியும்
பின்வரும்...
அலைகளின் வீரியம்பற்றி.
ஒரு
மதயானையின் திமிரோடு
அல்லது
ஒரு
முயல்குட்டியின் அமைதியோடு
திடமாகவோ
வலுவிழந்தோ
எப்படி வந்தாலும் சரி
கரை...
கரையிலேயே காத்துக் கிடக்கிறது
எதிர்கொள்ள...

கானல் நீர்

கிராமத்துல வாழ்ந்த...
வீடு
வாசல்
நெலம்...
எல்லாத்தையும் வித்து
டவுன்ல "வியாபாரியா" மாறி
ஏசி ரூம்ல
படுக்கும் பொழுது பொலம்பறான்
"நம்ம ஊர்ல
மாமரத்துக்கீழே கயித்துக்கட்டில்ல
படுத்து தூங்கற சுகமே
சுகம்தாண்டா"

அடையாளம்

பக்கத்து வீட்டுக்காரரிடம்
நண்பனின் விசாரிப்பு

தோழர் வீடு...
கவிஞர் வீடு....
பீனிக்ஸ் வீடு....

அடையாளமிட்டு...
எதுவென்று கேட்க...
எதுவும் தெரியாதவராய் விழிக்க
ஆட்டோக்காரர் வீடு என்றதும்...
ஓ... அவரா...
பக்கத்து வீடுதாங்க

பவ்வியமாய் சஞ்சலமின்றி
வழிகாட்டிக் கொண்டிருந்தது
விடுபட்ட சொற்களால்
புனையப்பட்ட கவிதையாய்
வாசலில் நிற்கும்
ஆட்டோ.

சாபக்காலம்

புத்தனையும் சோதிக்கும்
உன் கருணையற்ற கண்களை
நாங்கள் தரிசிக்க மறுத்த நாளில்
நாங்களே எங்களை
நாடு கடத்திக் கொள்கிறோம்.

மக்களற்ற தேசத்தில்
பிணங்கள் மேல் நின்றுகொண்டு
நானே அரசன்,
பேரரசனென்கிறாய்.

அடர் இருள் புதிரிலும்
பதுங்கும் குழியிலும் எங்களுயிர்
மிச்ச மீதியாய்
ஒளிந்து ஒளிர்ந்து துடிக்கிறது.

உங்கள்
குறி தவறிய தோட்டாக்களை
உள்வாங்கி

உருகொண்ட நட்சத்திரங்கள்
ஒளியற்ற ஓட்டைகளாய்
உன் வானவெளியில்

எங்களின்
வயிறுகவ்வும் பசியின் புலம்பலும்
வலியின் அழுகையும் அலறலும்
நீ வாசிக்கும்
யாழின் இசையென்கிறாய்

கால்கள் இல்லாத
சிம்மாசனத்தில் அமர்ந்து
கர்ஜிக்கிறாய்
"ஒரு பித்துக்குளியைப் போல"

வெகுளி

கால்கள் நனைய
கடற்கரையில் நிற்கிறேன்.

கால்களைத்
தொட்ட அலைகள்
பாதத்தின் அடியில்
மணல் அரிப்பு நிகழ்த்தி...
தூங்குபவன் பாதத்தில்
கிச்சுகிச்சு மூட்டும்
குழந்தையைப் போல
என்னைத் தடுமாற வைத்த
சந்தோஷத்தில்
குதூகலமாய் ஆர்ப்பரித்துச் சிரிக்கிறது

உள் வாங்கிய
கடலலைகள்...

கலவரக்காரன்

மெல்லத் திறந்தது
கதவு.....
யாரென்று எட்டிப்
பார்த்தேன்
சிறு கணத்தில்.....
கண்சிமிட்டி, கலவரமூட்டி
சென்றது... சாரைக்காற்று...
ஒரு வண்ணத்துப் பூச்சியைக்
கடத்திக் கொண்டு.....

உனக்குள் ஒளிந்து நிழலானேன்

நான் உன்னைப் பின்தொடரவில்லை
ஆனாலும்
உன்னைவிட்டுப் பிரியவுமில்லை.

உனக்கும் எனக்குமான
உறவின்
ஆரம்பமும் முடிவும்
தெரியாமல்...
அரூபமாய் பூமியில் நீண்டு
படிகிறது நிழலாய்...

எவருமறியா இருளின்
இடுக்குகளில் கசியும்
வெளிச்ச வெளியில்
நீயே...
சூட்சுமமாய்
அடைகாத்து உயிர்ப்பித்தாய்

ஏனோ
உன்னைக் கடந்து

செல்லமுடியாமல் ''நானோ''
நெடுமரமானேன்

ஓயாது
மீண்டும்... மீண்டும்...
உன்மேல் கழற்றியெறிந்த
சொற்களை ஏற்காமல்
கரையில் சேர்க்கும் இறுமாப்பு
கடலலையாய் உன்னிருப்பு...

நெகிழ்வு

விட்டு....விட்டு....பெய்யும்
மழைத்தூறலுக்கு
இடையே
தட்டான் பூச்சிகளின்
கூட்டம்
குட்டி....குட்டி
ஹெலிகாப்ட்டர்களாய்
என்தலையைச்
சுற்றி....சுற்றி....
வட்டமடித்து காற்றில் மிதந்து பறக்க
என் மனதை மெல்ல....
குழந்தையாக்கிக் கொண்டிருந்தது
ஒரு காலைப்பொழுது....

ஏமாற்றம்

உன்னைத் தாண்டித்தான்
செல்கிறேன்
நிலவைப் பார்க்காத
இரவு யாத்ரீகனாய்...
விடிந்த பிறகுதான்
தெரிகிறது
இன்று பவுர்ணமியென்றும்
நீ என்னைக் கடந்து சென்றதும்...

ஏகாந்த வெளி

சூரியனின் இறுக்கம் தளர...
ஏகாந்தத்தில் மூழ்கியிருந்த
ஒரு சாயும் பொழுதில்...

முதல் நட்சத்திரமாய்
சொல்லொன்றை நாற்று நட்டு
துளிர வைத்தது அந்திவானம்.

அரூபமாய்
சுயம்பாய்
நீண்டிருந்தது மலையின் முகடுகள்
பல கோண உருவங்களாய்
மதமதப்போடு... வசீகரிக்க...

நிலவுமுகம் தெறிக்க
பால்நிற ஓடைகள்
நெளிந்து ஊர்ந்தன
திசைகளைத் தேடி...

கூடு திரும்பிய பறவைகளால்
வனம் தன் அமைதியை இழந்து கொண்டிருந்தது....

இப்பொழுது
வானம் நிரம்ப
நட்சத்திரச் சொற்கள்
மெருகேற்றிய கவிதையாய்
கைகோர்த்து நிற்க...

பகலின் மிரட்சியில்
இருளின் நீட்சி உள்வாங்கி
பொழுதுகள்
புரியும்
தவத்தில்
நானும் மூழ்கி
என்னை நான் இழந்து
தனித்து விலகி நிற்கிறேன்
நிர்மூலமாய்...
ஏகாந்தமாய்...

வாலாட்டும் மனசு

பூமி கண்களைக் கசக்கி கண் விழித்து
பனிவிலகும் காலைப் பொழுது.....

நானும் என் மகளும்.....
ரயில்வே கிராஸிங்கில்
நின்று கொண்டிருந்தோம்
மகள்.....
ரயில்பெட்டிகளை எண்ணிக் கொண்டும்
ரயில் பயணிகளுக்கு
கையசைத்தும்.....

முகம் தெரியாத மனிதர்களின்
கையசைப்பு உபசரிப்பில்
மனசு வாலாட்ட.....

வறண்டநதியின்.....
இருகரைகளாய்த் தண்டவாளங்கள்
தனித்து நீள.....
பாரத்தைச் சுமந்து கடந்தது இரயில்
சுழித்த என் நினைவுகளோ.....
கோடிட்ட இடத்தை நிரப்பிக் கொண்டிருந்தது
மெல்ல.....

வீடு... வனமானது

வெட்டவெளியிலென் வீடு
வீட்டைச்சுற்றி விதைகள் சில
தூவிக் காத்திருந்தேன்
மழை நாளுக்காக...

வந்தது ஒருநாள் மழை...
பள்ளங்கள் குளங்களாயின
தூவிய விதைகள்
அடர்ந்து பெருத்து விருட்சங்களாயின

விருட்சங்கள் வனமாகி
கிளைகள் ஜன்னல்களுக்குள் துருத்தி
சுயரூபம் காட்ட...
வனத்தில் தேவதைகளாய் பறவைகள்
வலம் வந்தன
மிருகங்களின் சப்தங்கள்
வேடனை விருந்துக்கழைத்தன
மகுடி ஓசையில்லால்
சர்ப்பங்கள் நர்த்தனமிட
அந்நியமான என் வீட்டை விட்டு வெளியேறுகிறேன்

தூக்குமரம்

காட்டுக்கும் எனக்கும்
படிந்த நிழலின்
பனிப்புகையில் ஒளிர்ந்திருந்தது
வனத்தின் இருள்

வனத்தின் நிசப்தம் உடைய
துரத்தில் பிளிறிக் கொண்டிருந்தது
காட்டின் எஜமானராய்
யானையொன்று...
இப்பொழுது என் வீடு
வனமானது...

வாடகை வீடு

எல்லாச்
சட்டதிட்டங்களையும்
விளக்கிச் சொன்ன
வீட்டின் உரிமையாளர்
குழந்தைகள் சுவற்றில்
கிறுக்கும் கிறுக்கல்கள்
மட்டும் விதிவிலக்கென்றார்
ஒரு சொல்லில்
ஒரு உயிர்
உயிர்ப்பித்துக் கொண்டிருந்தது...

இருப்பைத் தேடுபவன்

உதிர்ந்த இலையொன்று
காற்றில்
அலைந்து... திரிந்து...
சுழன்று
மண்ணில் வீழ்ந்து...
உரமாகி மரணிக்கிறது
இன்னொரு விதையைத்
துளிர்த்து விட...

புரியாத புதிர்

எல்லாமிருந்தும்
எதுவுமில்லாமல் நீயும்,
எதுவுமில்லாமல்
எல்லாமிருக்கும் நானும்,
ஒரு புள்ளியின்
மையத்திலிருந்தெழுகிறது
இருவிதிகள்.

அதீத மௌனத்தின்
ஆழ்மனப் புதைகுழிவரை
ஒருவிதி.

புறவெளியில்
எச்சமும் மிச்சமுமாய்
போதையுண்ட குரங்காய்
அலையும்
இன்னொருவிதி.

காற்றில் உடைபடும்
நீர்க்குமிழிக்குள் ரகசியமாய்
ஒளிந்திருக்கும்
வாழ்வின் சூன்யம்.

தூங்கும் பனித் துளிகள்

என் நினைவுகளில்
உன் பிரியங்கள்
வந்து
போகும் பொழுதெல்லாம்.
இப்படித்தான் நிகழ்கிறது.
தொலைப்பதும்...
மறப்பதும்...
தூக்கமிழப்பதும்...

என்ன செய்வது!
எதுவும் நிகழாமல்
ஒரு நிகழ்வு

இன்னமும் பிடிபடாத...
ஒரு வண்ணத்துப் பூச்சியைப்
பிடிக்க எத்தனை சிரமம்

நம் சந்திப்பின் நிமிடங்களில்
பூமி பின்னோக்கிச்
சுற்றுவது போல் ஒரு பிரம்மை!

புரியாத ஓவியமாய்...
பேசும் உன் விழிகளின்
மொழியை அடைகாத்து
மொழிபெயர்த்து
வாசித்துப் பார்த்து
ஏமாறுகிறேன்.

உன்
இறுகிய மனக்கதவுகளுக்குள்
நுழைய முடியாமல்
ஏமாற்றத்தோடு திரும்புகிறது
என் மூச்சுக்காற்று.

புல்லின் மடியில்
தூங்கும் பனித்துளியாய்
என் நினைவுகளில்
உன் பிரியங்களும் தூங்கட்டும்.

மரணத்தின் தரிசனம்

கிளைகளைச் செதுக்கி
வெட்டிச்சாய்த்த...
புளியமரத்தின் புதைந்த வேர்
பூமியைப் பிளந்து
திமிரி வெளியேற... நெகிழ்வோடு
ஒட்டிக் கொண்டிருந்தது
வேரைப் பிடித்து
ஈரம் கலந்த ஒட்டிய மண்
சுடும் வெய்யில் உச்சத்தில்
உயிர்த் துறக்கும்
ஆத்மாவின் அணுக்களாய்
பொலபொலவென உதிர்ந்தது
ஸ்நேகத்தின் கரம் நழுவ...
உயிர் மூச்சின் கடைசி சுவாசம்
காற்றில் கலந்து
பெருமூச்சாய் வீசி
அடங்குகிறது.

விமர்சனம்

வீட்டிற்குள் நுழைகிறேன்
சிரிப்பொலியும்
கலகலப்பும்....
சின்னச்சின்ன ரகளையும்
களைகட்டிக் கொண்டிருந்தது.

"புரிந்தது
அப்பா வீட்டிலிருக்கிறாரென"
அப்பா இல்லாத வீட்டில்
வெறுமை மட்டுமே வசீகரித்திருக்குமென்று
மகள் யாரிடமோ
சொல்லிக்கொண்டிருந்தாள்

பால்யகாலத்தில்
இறந்த என் அப்பாவை
கணித்துப் பார்த்தேன்.
வெறுமையின் மிரட்சியில்
தோப்பை இழந்து
தனித்து நின்றிருந்தது
சிங்கார நெடுமரமொன்றாய்
வாழ்வின்
வறண்டவெளியில்.

விளிம்புகள்

மழை நாளில்...
சாணம் பூசிய மண்ணடுப்பில்
ஈரவிறகை, தீயிட்டு
ஊதுகுழலில் ஊதி... ஊதி.....
கண்களின் புகையெரிச்சலை
கசக்கிக் கொண்டு இஞ்சி பூண்டு மிளகாயென
சாந்தை அம்மியிலரைத்து
அறுத்து..... பக்கவப்பட்ட
கறியை மண்சட்டியில் போட்டு
நல்லா கொதிவற....
கரண்டியில் கிளரி....கிளரி
சிவப்புநிறமேறி
குழம்பு நீர்த்து சட்டிவிளிம்பில்
கறியோடு நல்லிஎலும்பு தலைதூக்க
அம்மாவின் கைப்பக்குவ
கறிக்குழம்பு வாசம்
வீட்டின் ஈரக் கூரையில் நுழைந்து
வெளியேறி.....
ஏழு ஊர் சுவாசத்தில் கலந்திருக்க
கொண்டாட்டாங்களை
அசை போட்டுக் கொண்டிருந்தது
உள் மனசு
ஒரு மழை நாளில்

சி(தி)ருஷ்டிப்பவன்

கவிழ்த்த சட்டியொன்றில்
உருட்டி மிரட்டும்
விழிகள் பிதுங்க
நாக்கு நீள
சரிவராத ஆடைக்குள்
துருத்தி...
மழை வெய்யிலென
உச்சியில் நிறுத்திக் காயப்படுத்தி
முகூர்த்த நாளொன்றில்
தூக்கியெறிய...
கண்ணெதிரே
கிரஹப்பிரவேசத்தில்
விறைத்து மின்னியது
மாளிகை முகப்பு
வீழ்ந்தேனென மறந்து.
உயிர் பித்து நிற்கிறேன்
இன்னொரு வடிவமாய்
பிரமிப்புடன்...

இன்னமும்

அசுரக் காற்றில்
மல்லாக்க விரிய பின்படிய....
அடங்காத மழையில்
ஓட்டை குடையொன்றை
பிடித்தபடி
நனைந்து கொண்டிருக்கிறேன்.
இன்னமும்
என் நம்பிக்கையில்
குடையும்
மழையும்...

கடவுளின் ரகசியம்

சுப விசேஷதினத்தில்
நடந்து செல்கிறேன்
கடவுள் செல்லும் பாதையில்.
என்னைத் தவிர்த்து மற்றவர்கள்
படையலோடு...
வேண்டுதலையும் முன்வைத்தனர்

கடவுளோ... கையைப் பிசைந்து
என்னைத் தேடுகிறார்.
அவரொரு வேண்டுதலை
ரகசியமாய் என் முன்வைக்க

தன்னிலை உணர்ந்த கடவுளைக்
கண்டும் காணமால் கடந்து செல்கிறேன்
தொலைந்து போன கடவுள் கொடுத்த
வரத்தைத் தேடி...

என்நிலை உணர்ந்து மீள்கையில்
கடவுள் என்னைப் கடந்து கொண்டிருந்தார்
ஒன்றுமில்லாத ஒன்றாய்...

உன் பயம் தெளியாத நாள் வரை
நானே உன்னிஷ்ட, துஷ்டக் கடவுளென
ஆசீர்வதித்தவாறு...

இயக்கத்தின் சாரம்

நான் ஒதுக்கி வைத்த
இரைகள்
நான் விரும்பும் காலத்தில்
என்னை ஒதுக்கி வைக்கின்றன.
''பொக்கை வாய்க்குள்''
அரைபட மறுக்கின்றன
மென்று
கடித்து
ருசித்துச்
சுவைக்க முடிவதில்லை.

என்னை நிராகரிக்காமல்
வாழ்வின்
சுழலுக்குள் என்
பிரேதத்தைப் புணர்ந்த
சுகத்தோடு
என்னையும் இழுத்துச் செல்வதை
தவிர்க்க முடியவில்லை

ஒரு உரையாடல்
காலகாலமாய் நமக்குள்
நிகழ்ந்து கொண்டிருந்தாலும்....
உடன்பாடில்லாமலேயே....
முடிகிறது

நிதானத்துடன்
பொறுமையுடன்
தனக்குரிய வெற்றியைத்
தனதாக்கிக் கொள்கிறது
இரவும்...
பகலும்...

எங்க ஊரு திருவிழா

தேரடித் தெரு முழுக்க....
பரவிக் கிடந்தது திருவிழா சந்தோஷம்
எதையோ தேடிக் கொண்டிருந்தது
நீர்த்துப்போன என் மனசு

பண்டிதத்தனம் இல்லாதவன்
விற்கும் புல்லாங்குழல் இசை
பறக்கும் பலூன்கள்.....
பஞ்சுமிட்டாய் விற்பவனின்
இனிப்பான பேச்சு.....
விதவிதமான ரங்கராட்டினம்.....
குழந்தைகளை ஏமாற்றும் குட்டி, குட்டி பொம்மைகள்.....
பெண்களின் பக்கம்
கேலியும், கிண்டலுமாய்
இளைஞர்கள் கூட்டம்.....
மாடவீதி உலாவரும் தேர்களின் நடையழகு சேர.....
முரசு கொட்ட
யானையோடு சாமி ஊர்வலம்.....
இவை யாவையும்

மாறாத சடங்குகளாய்
மீண்டும்..... மீண்டும்.....
பல ஆண்டுகளாய்த் திரிய

நான் பருவக்காலத்தில் ரசித்த பெண்கள்
அம்மாக்களாய்
குழந்தைகளோடு ஒரு புறமும்.....
தொலைந்துபோன என்
நினைவுகளைத் தேடிக்கொண்டிருக்கும்
என் நீர்த்துப்போன மனசு மறுபுறமும்

காலம் மாற்றிக் கொண்டிருப்பதை
காற்று முகத்தில்
அறைந்து உணர்த்தியது

நல்ல காலம் பிறக்குது..

ராத்திரி
மூன்றாம் சாமத்தின்
கடைசி நாழிகையிலிருந்து
நானும்...
என் பார்வையும்...
வாசலையும் தெருவையும்
வெறித்துப் பார்த்தபடி
அமர்ந்திருக்கிறேன்.

எப்படி
போர்த்திக் கொண்டு
தூங்கினாலும் தூக்கம் வராமல்
கடந்து கொண்டிருந்த
நேற்றை ராத்திரியின் கடைசி நாழிகையில்
என்னைப்
புரட்டிப்போட்டு
புத்துணர்வு கொடுத்த
அந்த...
ஒற்றைச் சொல்லுக்குச் சொந்தக்காரனைத் தேடி...

பேப்பர்காரன்..
பால்காரன்..
படிக்கிற புள்ளைங்களென..
தெரு சகஜநிலைக்கு
மாறிய பின்னும்
தெரு வெறிச்சோடியே கிடக்கிறது.
அந்த... முகம் தெரியாத
ஒற்றைச் சொல்காரன்
வராமல் போனதால்...

மாயை

இறப்பவனைப் பற்றி
வாழ்பவனுக்குக் கவலை
வாழ்பவனைப் பற்றி
இறப்பவனுக்குக் கவலை
எதைப்பற்றியும் கவலைப்படாமல்
வாழ்வைத் தின்று கொண்டிருந்த
காலம் கையசைத்துக்
கடந்து செல்கிறது....

கர்வம்

ஒரு இலையுதிர்காலத்தில்
ஒற்றையடிப்பாதையில்.....
ஒற்றை மரத்திலென் கூடு
என் சிறகுகளுக்குள்
எட்டுத் திசைகளின்
ரகசியங்களைச்
சுருக்கெழுத்தாய்.....

என் ஒற்றையடிப் பாதை
கரடுமுரடான
தொடக்கம் தான்.....
உதிர்ந்த பூக்களும்.....
உதிராத கிளைப்பூக்களும்
ஆங்காங்கே கிளர்ச்சியூட்டும்.....
அடர்மரங்கள் தேவதைகளாய்

நகரம்
மாநகரம்
நாடென .....

நெளியும்
மலைப்பாம்பை விழுங்கிய
ஆற்றின் படுகையாய்
நீள்கிறது "நயாகரா" வரை
உன்
மாடி வீட்டின்
வாசலைப் போல.....

ஏகாந்த வெளியில்
ஒற்றையடிப்பாதை.....
ஒற்றை மரத்திலென் கூடு.....

இலையுதிர்காலத்தை நேசிப்பவன்

மழைத்துளியொன்று
மழையில்
நனைவது அழகு.

முள்ளின் கூர்மையில்
இளைப்பாறும்
தட்டான்பூச்சி அழகு.

பயணிகள் இல்லாமல்
பெட்டிகளை நகர்த்தி
வளைந்து நெளிந்து
கடக்கும்
கம்பளிப் பூச்சியின்
ரயில் பயணம் அழகு.

அழுது முடித்தவுடன்
அழதவன் முகம்
அழகு.

பாழ் இருள்
கருவறையில் அகல்ஒளியின்
கர்ப்பகிரஹம் அழகு.

நேர்த்தியான கட்டமைப்பில்
உயிர்ப்புள்ள கரையான் புற்றின்
வடிவமைப்பு அழகு

அப்பாவின்
நரை மீசையும்
அடித்த அம்மாவே
முந்தானையில் கண் துடைப்பதும்
அழகு.

பட்டுப்பூச்சியிலிருந்து
நோகாமல்...
அறுபடாமல்... நூலை
உருவியெடுப்பது போல்
உருவியெடுத்து...
வரிசையாய் நெய்து
அழகுபடுத்துகிறேன்
அழகை...

நாய் என்பது நாய் அல்ல

நாம் பயணித்த பொழுதில்...
நமக்குள் எவ்வித
வாதப்பேச்சும் நிகழவில்லை.
சொற்களடங்கிய
மௌனத்தை அடைகாத்துக் கொள்கிறாய்.
எனக்குரிய வாதத்தை
குற்ற உணர்வில் மூழ்கடித்துக் கொள்கிறேன்
வெளியேறாமல்.

உன் பயண திசை
என் வசமிருக்க... உன்
பார்வையின் பரிதவிப்பைப்
பார்ப்பதைத் தவிர்க்கிறேன்.
எனக்குச் சாதகமாக
ஒருசில காரணங்களைத்
தேடியெடுத்துக் கொள்கிறேன்
அதிலொன்று... நீ
"நோய் பீடித்த உடலென்று"

'ஹோம்'மிற் குள் நுழைய...
உன்னை ஒப்படைத்துவிட்டு
திரும்பிப் பார்க்கிறேன்.

இருநூறு நாய்கள் நடுவே
தனித்தே எரியும்
நெருப்பின் குணமும்
குழந்தைத்தனமும்
தலைகுனிந்த தவிப்போடு
தொலைத்து நிற்கிறாய்.

தெரிந்தே... தொலைந்து போக
குழந்தையின் விரலை நழுவவிட்ட
கைகளோடு
வீடு திரும்புகிறேன்
ஏசுவை இழந்த சிலுவையாய்...
பேச்சு மூச்சற்று.

அடையாற்றங்கரையோரம்
(10.11.2015)

ஓய்ந்தது பேய் மழை
வரம்புமீறிய வெள்ளம் வடிய
நேற்றைய பிரளயத்
துயரத்தின் பாரம்
குடைசாய
மறுவாழ்வை மீட்டெடுக்க...
திரும்பிய மக்கள்

இல்லாமல்...
இருந்த வீட்டில்
அழுது தீர்த்தனர்.

வடிந்த வெள்ளம்
நதியாய் மாறி நெளிந்தது
சிறுவர்களும்...
பெரியவர்களும்...
குளித்துக் குதூகலிக்க

மழையும் வன்மத்தை
மறக்க...

மனிதனும் மனிதத்தைக்
கசிய...
கரையோர வாசிகளின்
உணர்வோடு
சிலாகித்து குணம்மாறி
ஓடியது
மழைநீர்... நதியாய்...

மழை இப்பொழுது...
திகட்டவுமில்லை
கசக்கவுமில்லை...

கவலை

இன்றைய தினத்திற்காக
நேற்று பயந்தேன்.
நாளைய தினத்திற்காக
இன்று பயப்படுகிறேன்.
எல்லாம்...
அதுவாக அமைதியாக
என்னைக்
குனிய வைத்துக் குதிரை தாண்டிக்
கடந்தது.

தரைதட்டிய கப்பலாய்
பயம் மட்டும்
தங்கி நகர மறுக்கிறது.

ஆளப்பிறந்தவள்

எப்பொழுதும்
எல்லா விளையாட்டுகளிலும்
நான் தோற்றுக்கொண்டே
இருக்கவேண்டும்
மாறாக,
தோற்றது போல் நடிக்க வேண்டும்.
எனக்குள் நான்
போட்டுக் கொண்ட
நிபந்தனை
என் மகளின் வெற்றிக்களிப்பில்
என்னுள் உறைந்த
இந்த வாழ்வின் அர்த்தம் தளும்பி
வழிந்து கொண்டிருக்க...

கருடப்பார்வை

பறத்தலைக் கற்றுக் கொள்கிறேன்
பறத்தல் சுகமானதுதான்
கனமற்றுக் காற்றில் மிதக்கின்றேன்
சாவகாசமாக...

எனது இருகைகள் சிறகுகளாய் மாறுகின்றன.
என் கூரிய பார்வை குறிபார்த்து
வேட்டையாடச் சாதகமாகிறது.
எனது எச்சத்தை உன்மேல் சிந்தி
சமாதானமாகிறேன்

முடிந்த மழைக்காலத்தில்
கிடுகிடுவென வளரும் சில்லிடும் வனமும்
எல்லை மீறிய கட்டிடப் பரப்பையும்
வியப்புடன் கடக்கிறேன்.
குகை ரயில் பயணமாய் கருமேகத்தினுள்
ஆனந்த நிலையாய் என் சிறகசைவு
மனிதனின் தந்திர வலைகளை
அவனே பின்னிக்கொண்டு அவனே சிக்கிச்
சிறையாகிச் சிதைய...

என்னை மிரட்சியிலாழ்த்திய பூமி
வெறுமையைத் தின்று விரக்தியில்
ஊர்ந்து மொய்க்கும் ஈ... எறும்புகளென
என் நிழலுக்குள் அடக்கமாய்
எனக்குக் கீழே...
எனது மந்திரக் கம்பளத்தைத் தரை இறக்க மனமின்றி
நெடிதுயர்ந்த மலைஉச்சியைத்
தேடுகிறேன்
பூமியைத் தொடாதவரை
நானே உன் ஆளுநரென...

உனக்குள்... நீ

ஆடும் மயிலொன்று...
வண்ணத்துப்பூச்சியின் வசீகரத்தை
மனம் லயத்து ரசித்துக் கொண்டிருந்தது
தன் தோகைக்குள்...
ஒருநூறு வண்ணத்துப்பூச்சிகள்
ஒளிந்திருப்பதை மறந்து விட்டு...

நிராகரிப்பு...

மழையைப் போல
எல்லாம் தருகிறேன்

நீ...
கொடுப்பதற்கும்
நான்...
பெறுவதற்கும்
ஏதுமில்லையென அறைந்து சாத்தப்படுகிறது
வாழ்வாதாரங்கள் மறுதலித்து
சபிக்கப்பட்ட என்னை
பூட்டப்பட்ட உன் அகண்ட அறையின்
வாசல்வெளிகள்...

புனையப்பட்ட வார்த்தைகளால்
ஏமாற்றப்பட்டு வெறுங்கைகளோடு
கடலுக்கு திரும்பும் மழையென நான்

லியாரா U.S.A
(நீள்கவிதை)

எனக்குப் பிடித்த ஒரு நாளில்
மதுபானக் கடையில்
பணிபுரியும் பெண்ணின் வசீகரத்தை
ரசித்துப் பார்ப்பது போல
லியாராவை
ரசித்துக்கொண்டே போகிறார்கள்
வருகிறார்கள்
அங்கே...
அவளைத் தவிர மற்ற பெண்கள்
இருந்தும் இல்லாமலிருந்தார்கள்.

பெருவனத்தின் நிசப்தமும்
நெடுஞ்சாலையின் பேரிரைச்சலையும்
கலந்து சுமந்திருந்தது,
சாலையோர
டீக்கடை நாற்காலிகள் காலியாக

பசித்த பூனையின் அலைச்சலாய்
அங்குமிங்கும் அலைந்து
ஒருவழியாய்...

நெற்றியைச் சுருக்கிச் சுழிக்க
நிச்சலனத்திற்கும் சலனத்திற்கும்
இடையிலுள்ள
நாற்காலியில் தேர்வுசெய்து
அமர்ந்தாள் லியாரா.

காற்று கூந்தலைக் கலைக்க...
கைகள் ஒப்பனை செய்ய...
அண்ணாந்து ஆசுவாசமாய்
வெளிவிட்ட பீடிப்புகையைக்
காற்று நகர்த்தியது மெல்ல.

கோப்பை நிரம்பிய
தேநீரை மது அருந்துபவனைப் போல
நிதானமாக அருந்தி...
விட்ட பெருமூச்சோடு...
தன்னைச் சமாதானம் செய்து கொண்டாள் லியாரா.
நியூயார்க் நகரவீதிகளின்
உல்லாசங்களையும்
தன் தோட்டத்து சாம்பல்நிறப்
பூக்களையும்
லியாரா நினைவுகளில்
நீர்த்துப் போயிருந்தது.

லியாராவுக்குள் என்ன நிகழ்கிறது
புத்தி பேதலித்தவளா?
ஞானியா
அறிவுஜீவியா
ஏதுமற்ற வெற்றுவெளியா...
புரியாமல்
காத்துக் கிடக்கும் தக்கையாய்
பிடிபடாமல் மிதக்க...

தோளில் சுமந்திருந்த
ஜோல்னாப் பையிலிருந்து
முற்றுபெறாத ஓவியமொன்றையும்
வண்ணக் கலவையையும்
உடல் தளர்த்தி முதுகு நிமிர்த்தி
கையிலெடுத்தாள் லியாரா

குழம்பிய
பாசிபடிந்தயென் மனக்குட்டையில்
கேள்விக்கற்கள் எறிய... எறிய
கரையைத் தீண்டும் அலைகளாய்
அவளருகில் பயணித்தேன்.

அடடா...
வர்ணக் கலவையில் விரல் தூரிகையில்
தொட்டுத் தீட்டிய
அதிரூப ஓவியமொன்றைச் சமர்ப்பிக்க...
வெறுமை அறுபட்டு...
மயிலொன்று அகவும்
குரலோடு கலந்து சுவீகரித்தது.

அள்ளிய நீர்
விரலிடுக்கில் நழுவி மறைவதுபோல்
ஓவியம் உச்சநிலையில்
முற்றுபெறப்பெற...
உயிர்த்தெழுந்த ஓவியத்தோடு
கற்பூரமாய் கரைந்து கலந்து
குறுஞ்சிரிப்புடன்
மறைந்தாள் லியாரா.

ஓவிய அழகையும்
லியாரா நினைவுகளையும்
சுமந்து ஓடுகிறேன்.
சூரியவீதியின் தார்ச்சாலையில்
தீயாய்ச் சுட சுட வெறுங்கால்களோடு

பருவநிலை மாறாத அகண்ட வெளியில்
ஸ்நேகமும் பிரிவும் சமமாய் உதிக்கிறது.
லியாராவின் நமுட்டுச் சிரிப்பில்.

சூரியக்கசிவில்
லியாராவின் உறைந்த
நினைவுகள்
மெல்ல... உருக
ஐடமாய் நகரும்...
காலத்தைப் பின்நோக்கி
காற்றை உந்தித்தள்ளியது
பறவையின் சிறகுகளும்
வாழ்வின் நிஜமும்...